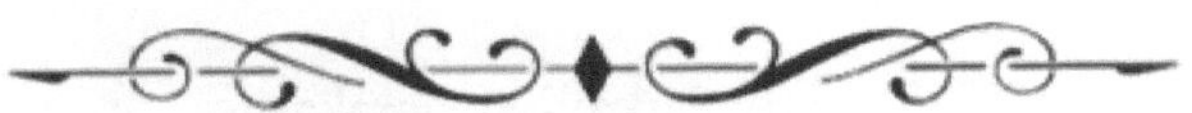

இரண்டாம் யௌவனம்

பதிப்பகம்

Irandaam Yovvanam

Edited by Parkavi Sivaprakash

Copyright ©

Parkavi Sivaprakash - POETRY WORLD ORG 2021

All rights are reserved. No part of this publication may be reproduced, stored in a retrieval system, or transmitted, in any form or by any means, electronic, mechanical, photocopying, recording or otherwise, without the prior written permission of the publisher. The author asserts the moral right to be identified as the author of this work. Special credits to Infant Nesan. J, Dr.Niveditha and Dr.Nitin Chopra.

ISBN (Paperback) - **9789390724949**

First Edition : 2021

Book Design by **POETRY WORLD**

இரண்டாம் யௌவனம்

COMPILED & EDITED BY,

Mrs. Parkavi Sivaprakash

தலைமை தொகுப்பாளர்

இவள் திருமதி.பார்கவி சிவபிரகாஷ், மஞ்சள் மாநகரமான ஈரோட்டை சேர்ந்தவள். இவள் புனைப்பெயர் "கவியின் கவிதை". கணிதவியல் முதுகலை பட்டம் முடித்தவள். இன்று தன் கனவுகளை முழு மனதோடு ஆர்வமாய் பின் தொடர்கிறாள்.

தனது இன்ஸ்டாகிராம் பக்கத்தில் (@kaviyinkavithai) ஏறத்தாழ 2500க்கும் மேற்பட்ட குறுங்கவிதைகள், நீள்கவிதைகள் பல புனைந்துள்ளார். *Spectrum of thoughts*ல் இணை எழுத்தாளராகவும், தன் முதல் கவிதை திரட்டான *"Enticement of fondness*/காதலின் தாகங்கள்" தொகுத்துள்ளார். இப்பொழுது *Poetry World Organisation*ல் தலைமை தொகுப்பாளராய் பல கவிதை திரட்டினை வழங்கி வருகிறார்.

புதிதாய் ஓர் காதல் செய்வோம் வா

இதுவரை யாரும்

அறிந்திடா வண்ணம்

நிலையான ஓர் காதல்

செய்வோம் வா..

அன்று என் மறுத்தலுக்கும்

இன்று என் சம்மதத்திற்கும்

மத்தியில் உனக்குள் நீ

தேக்கி வைத்த காதல்

முழுவதையும் எனக்கே

எனக்கென கொட்டித் தீர்க்க

ஓர் காதல் செய்வோம் வா...

அன்றும் இன்றும் என்றென்றும்

உன் இதயக் கோட்டையில்

எனை மட்டுமே மகாராணியாய்

அலங்கரிந்து நீ அழகூற்றிய

அத்துணை உன் காதலையும்

எனக்குள் பரிவேற்றம் செய்ய

ஓர் காதல் செய்வோம் வா...

ஓர்தலையாய் உனக்குள்ளே

புதைத்து காதல் உரமிட்டு

அடைகாத்த அந்த காதலை

ஈருயிராய் இணைந்து

ஒன்றுமித்த மனதோடு

ஓர் காதல் செய்வோம் வா...

உனை தவிர யாரும்

அறியா உன் காதலும்,

என்னை பற்றி எவரும்

அறிந்து கூறிய காதலும்,

பொய்யென மாற்றி

மெய்யாய் ஓர் காதல்

செய்வோம் வா...

இத்துணை காலமாய்

நீ நேசித்த என் காதலும்,

நான் நேசமுறா உன் காதலும்

ஒருங்கிணைத்து புதிதாய் ஓர்

காதல் செய்வோம் வா க(ண்)ணவனே...

கவியின் கவிதை

உள்ளடக்கம்

அதிசயத்தின் அழகு

வெவ்வேறு இடத்தில் மலர்ந்த அரும்புகள்

ஒன்றாய் இணைந்து தீட்டத்தொடங்கிய

மலரோவியமே திருமணம் என்னும் காவியம்..

வெட்கம் கொண்ட பார்வைகள்,

கூச்சம் நிறைந்த பேச்சுகள்,

ஏக்கம் கலந்த இடைவெளிகள்,

புரிதலற்ற சண்டைகளில் தொடங்கி..

முடிவற்ற பார்வைகள்,

அளவில்லா நெருக்கங்கள்,

தீராத தீண்டல்கள்,

பக்குவப்பட்ட உரையாடல்களோடு

சிறு சிறு சண்டைகளும் அழகிய

கொஞ்சல்களோடு முடிவடைகிறது..

காவியம் என்பதால் என்னவோ

கதாபாத்திரங்களின் காதல்

ஒவ்வொன்றும் கவி பாடுகிறது..

ஓவியமோ? காவியமோ?

காதல் என்றும் ஓர் அதிசயமே!

M. Sri Aksharee

அவள் மட்டும் போதும்

நீ வேண்டும் நீ மட்டும் வேண்டும்
உன் அலாதி அன்பில் நான் நனைந்திட வேண்டும்
காலம் முழுவதும் உன் காதல் வேண்டும்
காலம் தீர்ந்த பின்னும் உன் காதல் வேண்டும்
வேண்டாம் என்ற சொல்லை
நம் அகராதியிலிருந்து அகற்றிட வேண்டும்
உன் மடிதனில் நான் உறங்கிட வேண்டும்
நான் உறங்கிடும் பொழுது
புதுமைகள் நம்முள் பிறந்திட வேண்டும்
தினந்தோறும் சண்டையிட வேண்டும்
சண்டையின் முடிவில் கொஞ்சல்கள் வேண்டும்
எல்லையில்லா காதலில் உன்னோடு
மூழ்கி திளைத்திட வேண்டும்
காதல் மொழிகள் பேசிட வேண்டும்
அதற்கு அர்த்தங்கள் உனக்கும் எனக்கும்
மட்டுமே புரிந்திட வேண்டும்
கூடுதல் அழகு சேர்த்திட வேண்டும்
அதை என் கண்களுக்கு மட்டும் பரிசளிக்க வேண்டும்
உன் கை வளையல்கள் அனைத்தும் ஒலித்திட
வேண்டும்
அது என் செவிகள் மட்டும் கேட்டிட வேண்டும்
நம் காதல் கண்டு காதலும் காதல் கொள்ள வேண்டும்
இவ்வனைத்தும் வேண்டும்
அதுவும் உன்னோடு மட்டும் வேண்டும்

பிரசன்னா. ர

ஆயுசு நீள

படவரி பழுதாகட்டும்
பாதங்களின் தொலைவு சிறிதாகட்டும்..
காணொளி கதறினாலும்
கண்டுகொள்ளாதே நம் காதல் தொடரட்டும்
புலனம் வாயிலேனும் ஐம்புலன் பற்று
திருமதியாகி ஒரு திங்கள் தெளியயில்லை
தூர தேச பயணம் தேவையா....
தேவதை வாசமே தேநீர் கோப்பையிலும்
வார்த்தைகள் ஏசுமே வாரா நின் கனவுகளை
திரை தாண்டும் ஒளிக்கீற்றாய்
தினம் வந்து செல்வாயா?
தீரா என் ஆசையின் தீர்த்தமாவாயா
விதை வடிவாய் என்னை உன்னுள் விதைக்க
விழி வைத்து காத்திருக்கிறேன்
விரதம் போதும்
விந்திய அருவியை விழ செய்
ஆகாசம் அடை என்
ஆடையினுள் உன் வாயிலாக
அது போதும் அழகே
ஆயுசு நீள

சு.சந்தியா சுந்தரேசன்

இணையுடன் ஓர் பயணம்

காதலின் பரிசத்தை கடக்காமயிலே

இரு வீட்டாரின் முன்னிலையில்

எவரென்றே தெரியாத மனங்கள்

ஒன்றோடு ஒன்றா இணைந்து

வெட்கத்தினுள் திளைத்து

இரு கரம் கூப்பி சுற்றத்தாரை வரவேற்று

மாலை சூடி

அக்னியின் முன்னிலையில் சபதம் ஏற்று

பவித்திரத்தின் பொன்னான மூன்று முடிச்சுகளை

முடிந்து

அவிழ்க்க முடியா பந்தத்தினுள் அடியெடுத்து வைக்க

புதியதோர் பயணம் இணையுடன் தொடங்குகிறது...

ஹேமந்த்(சொல்லப்படாத வரிகள்)

இரண்டாம் யெளவனம்

வளர்பிறை நோக்கிய பயணம் பௌர்ணமியானதோ!

அவன் சிந்திய வியர்வைத்துளியும் இவளின்

சிக்கனத்தில் மிஞ்சியதால்!

வகுடு குங்குமமும் நாணத்தில் சிவந்ததோ!

அவன் விரல் தீண்டலில் இவளின் அழகு

மெருகேறியதால்!

தடங்கள் மோதும் காயங்களும் வலியானதோ!

பாதத்தடங்கள் மண்ணில் பதிந்து ஒன்றையொன்று

தழுவியதால்!

கைக்கால் விரல்களும் காதல் கதை பேசியதோ!

வெள்ளி மெட்டி காதலுக்கு தூது வந்ததால்!

கண்ணீரும் புன்னகையும் கைக்கோர்த்து நின்றதோ!

வாழ்வின் மிகச்சிறந்த தருணத்தால்!

தென்றலும் இவர்களைத் தேடி வாசல் வந்ததோ!

பொழியும் அன்பை வருடிச் செல்லும் நோக்கத்தால்!

விழி பேசும் கவியும் மொழியானதோ!

அவனின் கண்ணசைவுக் கம்பளத்திற்கு இவள்

அடிமையென்பதால்!

அடுப்பங்கரையில் பூஜ்ஜியம் என்றவளும் சமையல்

ராணியானாளோ!

அன்பு பொங்கி அறுசுவையும் அமுதமானதால்!

வந்த விக்கலும் விரைவில் நின்றதோ! நினைவிலும்
கள்வன் கஞ்சனென்பதால்!
சின்னச்சின்ன பாதங்கள் மணவாழ்விற்கு
அழகுசேர்த்ததோ!
பூர்வ ஜென்ம புண்ணிய பலனால்!
பத்துப்பொருத்தமும் வாழ்வில் பொருந்தியிருந்ததோ!
இல்லறம் நல்வரமாகிய நேசத்தால்!
பூக்கள் நிறைந்த பூலோகமும் சொர்க்கமாகுமோ!
கரம் பிடித்தவர்,மனம் விரும்பும் துணையானால்!
மணம் முடித்தவள்,அகத்தை அழகாக்கும்
அன்பியானால்!
இல்வாழ்வில் இயற்கையும் இசைப்பாடும்!
வான்மேகமும் வழிகாட்டும்!

கவி கௌரி

இரண்டாம் யௌவனம்

வெகுளியாய் களிப்பறியாது
கவலையுடனே முன்பிருந்த காலமதில்
நினைவும் நிலைத்திட!
ஊக்கமருந்தாய் உற்சாகமும்
தன்னம்பிக்கையும் தான் அளித்தே!
முயற்சியுடன் பயிற்சியும்
அக்கறையுடனே கொடுத்து!
பேதையாய் இருந்தவளை
நன்மகளாய் மாற்றியே!

நங்கையவள் கொடுத்திட்ட தைரியத்திலே
தங்கமகளும் நடந்திட!
யௌவனம் எனும் களிப்பினிலே
மூழ்கிக் கிடந்திடுதலே
பேரானந்தம் தானன்றோ!

இரா. கோமதி

உணர்வுயிர் காதல்

விரல்கள் அணைத்து..
குரல்கள் நனைத்து..
கண்கள் கலந்து..
உயிர்கள் பிணைந்து..
உருகி வார்க்கும்..
காதல் கரத்தில்...
கண்ணம் உரசி..
மார்பில் சாய்ந்து..
மஞ்சள் சிவக்கும்..
காதல் வேதி போதும்..
எந்தன் எண்ணம் ஏக்கம் எல்லாம்..
என்னவன் நிறைய..
எழிலாய் என்முகம்..
எனக்கே தெரிய..
உணரும் உணர்வெல்லாம்..
உன்னோடு உறவாட..
காதல் மட்டும் காந்தம்..
போலே ஈர்த்து ஈர்த்து..
இறுகட்டும்...
இயற்கை மொழிகள் ஆகட்டும்..

வீரலட்சுமி ஆறுமுகம்

உன்னோடு ஒரு நிமிடம்

உன்னோடு உறைய வேண்டும்
சிம்லா குளிரில் ஒரு நிமிடம்....
உந்தன் பெயர் உரைக்க வேண்டும்
உலகத்தின் உச்சத்தில் நின்று ஒரு நிமிடம்....
காற்றோடு பறந்திட வேண்டும்
உன்னோடு ஒரு நிமிடம்....
அலைகளின் அசைவுகளில் விரல் பிடித்து
கடத்திட வேண்டும் ஒரு நிமிடம்........
முழுதும் நனைத்த மழையில்
காதல் மொழி பேசிட வேண்டும்
உன்னோடு ஒரு நிமிடம்......
ஒரே வண்ண உடை அணிந்து
உந்தன் தோள் சாய்ந்து நகர்ந்திட வேண்டும் ஒரு
நிமிடம்......
உந்தன் விழிகள் தேடிடும் ஒரே பெண்ணாய்
நான் மட்டும் இருந்திட வேண்டும் ஒரு நிமிடம்.......
இத்தனை நிமிடங்களையும்
ஒரு யுகம் வாழ்ந்து விட வேண்டும் உன்னோடு

Keerthana K

எதிர்பார்ப்பு நல்லது..

என் அன்பு உன்னை எதிர்பார்க்கும் போது

என் இதயம் வருடு

என் கண்ணீர் உன்னை எதிர்பார்க்கும் போது

உன் கரங்கள் கொடு

என் இதழ்கள் உன்னை எதிர்பார்க்கும் போது

உன் இதழின் ஈரம் கொடு

உள்ளம் உடையும்போது

உன் நம்பிக்கைக் கொடு

இதயம் கதறும் போது

சாய்ந்து அழ உன் தோள்கள் கொடு

என் பதட்டத்தில் உன் கரங்களின் அணைப்பைக்
கொடு

என் உளறல்கள் கேட்க

உன் செவிகள் கொடு

அழகான எதிர்பார்ப்பு இருக்கும் வரை

எனக்கும் உனக்குமான

சின்ன சின்ன ஊடல்களும்

நமக்குள்ளான தேடல்களும்

தொடர்ந்துக் கொண்டுத்தான் இருக்கும்.!!

ரம்யா விஜயகுமார்

எது காதல்.?

முதல் காதல்,

காதல் அல்ல என்றறிந்தேன்...

இரண்டாம் காதல் என் மெய்யின் மீதான

காதல் என்றுணர்ந்தேன்,

பொய்யான காதலில் சிக்கி தவித்துக்

கொண்டிருந்த வேளையில்,

எங்கிருந்தோ வந்த உறவு என் இறந்த

காலத்தை பொருட் கொள்ளாமல்

என் நிகழ் காலத்திலிருந்து என்மேல்

தூய்மையான காதல் மழையை பொழிந்து

என்னை நனையச் செய்து,

என்னை மீண்டும் பிறக்க வைத்து,

என்னைச் சிறு குழந்தையாய் பார்த்துக்கொண்டு,

என்னைச் சிரிக்க வைத்து,

என் எதிர் காலம் முழுவதும் பயணிக்க விரும்புகிறது..

இந்த பயணம் தொடர்வண்டிப் பயணம் போல்

என் இறுதி மூச்சு வரை தொடர வேண்டும்...

பைந்தமிழ் செல்வி

என்னவள்

காலையில் கண்விழிக்கையில்

தேநீரோடு என்னவள்,

அவள் கையில் முத்தமிட்டேன்

காதல் தான்

காமம் இல்லை.

சமையலறையில் நின்று

கலைத்துப்போன என்

கண்மணியை கட்டியணைத்தேன்

காதல் தான்

காமம் இல்லை.

நான் வேலைக்கு சென்று

வீடு திரும்பும் வரை

பதற்றத்தோடு காத்திருப்பவளின்

கன்னத்தில் முத்தமிட்டேன்

காதல் தான்

காமம் இல்லை.

ஷர்மிளா மதுரை

என்னவன்

கனவுகளோடும் எதிர்பார்ப்போடும்

உன்னை கரம்பிடித்தேன்

பயமும் பல இருந்தன

நீ என் குடும்பத்தையும்

தன் குடும்பமாக பார்பாயா என்று...

ஆனால் இப்போதோ உன்னிடம்

நான் என் தந்தையின் பாதுகாப்பையும்

என் தாயின் அன்பையும்

சகோதரனின் அரவணைப்பையும்

ஒன்றாக உன்னிடம் உணர்கிரேன்....

உன் ஒருவனின் காதலாலே

என்னை வாழ்வின் எல்லையற்ற

மகிழ்ச்சிக்கு அழைத்துச்சென்றாய்...

உன்னை கனவனாக நான் தேர்ந்தேடுத்ததை

நினைத்து கர்வம் கொள்கிறேன் அன்பே!!!

தனுஷ்மதி சுரேஷ்

என் அன்பு காதலன்

உன்னை ஒரு நாளும் காணவில்லை!

நீ யார் என்று அறியவில்லை!

உன் கரம் பிடித்து இணைந்தேன்!

மனதில் பல ஐயங்களுடன் !

என் மனம் ஏற்கவில்லையே!

உன்னை என் வாழ்க்கைத் துணையாக

நாட்கள் பல களித்தேன்!

உன் மேல் இல்லாத காதலுடன்

வெண்ணிலவினுள்ளே இருந்து நீ!

என்னை கானே மெய் சிலிர்த்து என்னை மறந்தேன்!!

நீ அருகில் வர என்னைத் தொலைத்தேன்!

என் உயிராய் நினைக்கிறேன் உன்னை எற்கிறேன்

என் மனதின் காதலுடன் என் அன்பின் உயிர் கொண்ட

என் கண்ணாலணே!!!.

முஹர்ஷினி.

என் உயிர்

உன் விரல் பிடித்து தோல் சாய்ந்து நடந்து,

விடியும் வரை உன் விழி ரசித்து,

விழிகளால் கட்டியணைத்து,

கண்களாலும் கண்ணீராலும் காதல் செய்து,

அன்போடு ஊடல் கொண்டு,

உன் உயிராக மட்டுமல்லாமல்,

உன் உணர்வாய்... முடிவில்லா காதல் கொண்டு

இறுதிவரை உன்னோடு வாழ ஆசை.

G.Parthipan

என தாங்குன என் கள்வனே

கண்ணம்மா கண்ணம்மானு கண்ணுக்குள்ள

கைது செஞ்சு என தாங்குன கள்வனே,

மீசமுடி நரைகையிலயும்

என் ஆச கொரஞ்சிடுமோ?

தடி ஊணி நடைக்கையில

காதல் மட போட்டு நின்னுடுமோ?

உதட்டு மேல ஓரசி போன முத்தங்களு

உசுரு மேல சுத்தி போட்ட யுத்தங்களு

இனி ஒருமுற வாராதா?

உன் கூட ஒட்டி நின்ன என் வாழ்க நீளாதா?

தேடி தேடி நாம சேர்த்த செல்வமெல்லாம்

செல்லாம போகும்மையா

செல்லமேனு சொல்லாம நீ போனா,

வயசு ஏரி போச்சுன்னு படுக்க வேற ஆனாலும்

இடுக்க வேறு ஆகிடுமோ?

என தாங்குன என் கள்வா...

ஞாழல்

எனது வாழ்வின் அர்த்தம்

எனக்கெனவே பிறந்தவன் அவன் தானோ!

திருமணத்தின் போது பெரிதாகத் தோன்றவில்லை

திருமணத்திற்குப் பிறகு மிகவும் ஆழமாக நம்புகிறேன்

புரிதலில் காதல் அடங்கியுள்ளது

எங்களது விஷயத்தில் இந்த காதலே மேலோங்கி

உள்ளது

எனது இதயத்தைக் கொள்ளை கொண்டவனே

உன்னால் தான் எனது வாழ்வு அர்த்தமடைந்திருக்கிறது

என் இதயத்தில் மலர்ந்த உனது மீதான காதலினால்

தான்

இன்று எனது வாழ்வே முழுமையாக மலர்ந்திருக்கிறது

என்றும் உனது மீதான காதலுடன் நான் எனது அன்பு

கணவரே.

கா. மோகனபிரியா

என்னவளின் எண்ண வலை!..

மணம் முடிந்தது மனம் நிறைந்த மக்களால்!..
மங்கை அவள் கையது என்னோடு பேசியது!..
காலை குளித்தெழுந்து குனிந்து வந்து,
முகத்தை முன்நிறுத்தி முறுவலுடன் மோதுகிறாள்!..
அவளுடன் பேச வரும் என் காற்று மொழிகளோடு!..
பூத்தப் பூப்போல் மலர்ந்த முகம்தனில்,
பொல பொல வென கொட்டும் சிரிப்பினில்
சிறைகொள்கிறாள்!..
சண்டை ஒன்று போட நினைக்கையில்,
போர்க்குணம் அறியா வெகுளியால்
அடைக்காக்கிறாள்!..
இத்தனை நாட்கள் சேர்த்த கடலென காதல்,
அவளிடம் அலையென மோத ஆட்கொள்கிறாள்!..
பண்பு கொண்டு போர்த்தி பஞ்சு நெஞ்சை
உள்ளம் விரித்து காதல் ஊற்றி,
பதுக்கினாள் பால்முகம் பட்டத்து ராணி!..
கல்யாணம் கடந்த காதலை ருசி பார்த்தேன்
இவளால்!..

இவள்,

கலாம் நேசகி அபிதா!..

என்னுள் நிறைந்த உறவு

எதிர்பாரா நேரத்தில் வாழ்க்கை பயணத்தில் புது வரவு
துயர் எனும் தீயிலும் துணையாய் வருகிற உறவு
தன்னலம் பாராமல் இரு இதயம் ஒன்றாகத் துடிக்கும்
அதிசயம்
மௌனத்தை உடைக்க விழிகள் போராடும் மொழி
மடி மீது சாய்கையில் சொர்கம் காண்கிறேனடி
உன்னோடு வாழ்க்கை கடலை கடக்கையில் காலம்
நகர்ந்தாலும்
இரண்டாம் யௌவனம் முதுமையிலும் தோன்றும்
மனதை மறைக்காமல் திறந்துக் காட்டிய உயிருள்ள
காவியமே
உன்னோடு ஊடல் கொண்டு காதல் வளர்க்கிறேன்
கருவறையில் உயிருள்ள புதையல் சுமந்த நீயும்
தெய்வமே
அன்பால் அணைக்கும் அன்னை நீ
கண்டிப்பில் என்னை உருகுலைக்காமல் வடிவமைத்த
உளி நீ
புன்னகையால் சிறை வைத்து,
ஒரே பார்வையிலே காதலை என்னுள் விதைத்தவளே,
கரம் பிடித்த கணம் முதல் என் கனவுகளைச் சுமக்கும்
கண்மணியே,
வரமாய் வாய்த்தவளே, என்னுள் நிறைந்த உறவே
இல்லத்து அரசியே,
என் இதயவறையிலும் உன் நிழலே!

Dhayaalini Gunasaigaran

ஒரு பறவையின் இரு சிறகுகள்

கண்களை களவாடுவதும் காயங்களுக்கு -
மருந்திடுவதும்

கரம் கோர்த்து பயணிப்பதும்கடமைகளை பகிர்ந்து -
கொள்வதும்

கால்களை துரத்தி விளையாடுவதும்கடக்கும் -
வழிகளில் பாதுகாப்பதும்

தலைகொதி நெற்றி முத்தமிடுவதும்தலை கணத்தை -
டிப்பதும்முறிய

மதி மயங்க நேசிப்பதும் - மதிப்போடு நடந்து
கொள்வதும்

முக அசைவை இரசிப்பதும் - முகச்சோர்வை
நீக்குவதும்

விட்டுக்கொடுத்து மகிழ்வதும் - விட்டுக் கொடுக்காது
பிறரிடம் சொல்வதுமாய்

பறவையின் சிறகுகள் காற்றோடு சீர் செய்து பறப்பதை
போல்

பயணத்தின் இன்ப துன்பத்தை சீர்செய்து கணவன்
மனைவியாய்

சிறகடித்து பறப்போம்...

முகீர்த்திகா.

கண்மணி (எ) கண்ணம்மா

வரிகள் மாயுதே!

இருவிழி உரசலில்..

அன்பின் மொழி பேசுதே செவ்

விதழின் ரேகை ஒவ்வொன்றும்.

அவளிடம் அழகென்று யிருக்குமாயிரம்

ஆனால் நான் கூறும்

கண்ணம்மாவில்

அவள் இசைக்கும் "ம்"மில்

சிந்தும் வெட்கமோ அழகு!

அதனினும் மேலானது,

அவளின் கோபத்தில் செவந்திடும்

கண்ணமிரண்டும் மெய்யழகு.

இவ்விரண்டையும் ரசித்திட

வேண்டும் ஓராயிரம் மின்மினி.

Sengottaiyan Rs

கல்லறைத் தாண்டியும் காதல் வாழும்

காதல் என்பது கல்யாணம் வரையா...?

இல்லை இருவரின் காலம் முடியும் வரை...

காதல் சொல்லி இருமணம் இணைந்த நொடிமுதல்...

கரங்கோர்த்த கல்யாண பந்தத்தில்..

தன் இணையின் உறவுகளையும் தன் சொந்தமென

நினைப்பதில்...

விரிசல் வரும் தருணங்களில் விட்டுக்கொடுப்பதில்...

கிடைக்கும் நேரத்தை துணைக்கென ஒதுக்குவதில்..

சின்னச்சின்ன சந்தோசங்களின் இரசனையில்...

இன்னல் வரும் நேரங்களில் கொடுக்கும்

ஆறுதல்களில்...

குழந்தைகள் பிறந்த பின்னும் தன் வாழ்க்கைத்

துணையை முதல் குழந்தையென கொஞ்சுகையில்...

பிள்ளைகளின் வளர்ச்சியில் இருவரின் இணைந்த

பங்கெடுப்பில்...

பேரப்பிள்ளைகள் கண்ட பின்னும் மாறாத மழலை

நேசத்தில்..

மரணம் தாண்டியும் மனங்கோர்த்து நடைபோடும்

மெய்க்காதல்.

கை.பிரியா

காதல் உணர்ந்த தருணம்...

ஆண்டுகளாக காதலித்தோம்

குட்டி குட்டி சண்டைகள்

நிறைய சந்தோஷங்கள்

நம் காதல் வாழ்க்கையில்...

கல்யாணம் என்று புது உறவில் இணைந்தோம்

பல சண்டைகள் வந்தது

ஆனால் சிரிப்பு நிறைந்த சண்டையாக இருந்தது

அப்பொழுதுதான் இருவரும் உணர்ந்தோம்

காதலிக்கும்போது நம்

கணவன் மனைவியாக வாழ்ந்தோம்

கல்யாணத்துக்குப் பிறகு

காதலராக வாழ்கிறோம் என்று

வாழ்க்கையை நம் ரசித்து போது தான் தெரிந்தது

எவ்வளவு ஒற்றுமையாக புரிதலாக

நம் காதலித்தோம் என்று...

Tharani Gj

காதல் காற்று

எங்கோ பிறந்த உன்னை,

என் கண்கள் பார்த்து விட்டது பெண்ணே,

மனதில் புதிய ஆசையை உண்டாக்கி,

என் துணையாக நீ வேண்டும்,

என் வீட்டுக்கு புதிய திருமகளாக வர வேண்டும்

என என்னை தழுவி செல்லும்

காற்றிடம் தூதாக சொல்லி அனுப்பினேனன்,

அவள் காதோரம் நீ சொல்லி விட்டு போ

உனக்கானவன் காதலோடு காத்திருக்கிறான்,

முழு மனதோடும் உன் சம்மதத்தை

எதிர்பார்த்து உன்னை காதல் கல்யாணம் செய்ய ....

நாமக்கல் செந்தில்

காதலில் காலை

கல்யாணமாலை கசங்கிய
காலை தருணம்
காதின் ஓரம்
கன்னியின் குரலும்
காதல் நுரை ததும்பும்
காப்பியின் நறுமணமும்
அதிகாலை குளியல்
பின்பு ஈரக்கூந்தலை
உலர்த்தும் நேரம்
கூந்தல் நீர்த்துளி
என்னை தீண்டும்
உறக்கம்கெட்டு கண்ணும்
மெதுவாய்த் திறக்கும் தருணம்
கண்ணில் தெரியும்
கவிதைபாடா கற்பனை நீயும்
உனக்கு காதலை பொழியும்
கணவனாய் நானும்
காலம் கடந்தும்
வாழ வேண்டும்
நம் காதல் காவியம்

Akash Nagaraj

காதலின் இளமை

மலரின் வாசனை திரவியமாக

காற்றின் மோகமாக

கனவின் கலையாக

நாலத்தின் மேனியாக

நம் இருவரின் எண்ணத்தின் வரிகளாக

உரையாடலும் உற்று நோக்குதலும்

இளங்காற்றில் இன்னிசை இளமையாக,

பருவத்தின் பக்குவமாக

மெய்சிலிர்க்கும் கூந்தல் தோரணை,

என்றென்றும் ஈர்ப்போடு

இயங்கும் இனம் புரியா

கூடலின் வாசனை,

மங்கிடாத விழி அசைவின்

அழகிய இயற் வர்ணனை...

முஹம்மது உமைர்

காதலும் காலமும்...

எங்கோ பிறந்து எங்கோவளர்ந்து
திருமண பந்தத்தில் இணைந்து...
வாழ்வின் கடைசி வரை வாழ்வதே காதல்...
சில நேரம் காதலும்...
சில நேரம் கோபமும்...
இரண்டும் கலந்தே வாழ்கிறோம்...
அந்த கோவத்திலும் காதலே மேலோங்கும் நம்மில்...
நெற்றி முத்தம்
சின்ன அணைப்பு...
கண் அசைவில் காதல்...
இது ஒரு புது அனுபவமே... திருமணத்தால்...
பேறுக்காலம் முதல்
நரை வயது வரை காதல் அள்ள அள்ள
குறையாத அட்ஷய பாத்திரம்...
அழகில் தொடங்கி
நரையில் வரை சேர்ந்தே வாழும் காதல் அழகு...
கணவனை முதல் குழந்தையாகவும்
கணவனின் ஆசையை முதல் கருவாகவும் சுமப்பதே
காதல்...
காலம் பெருக பெருக காதலும் பெருகுதே தன்னவன்
மேலே...

Vinothini Adaikkalasamy

காமப்பசி

பெண் என்பவள் பசி தீர்ப்பவள்தான்
காமப் பசியோ காதல் பசியோ இல்லை
தன் பிள்ளைகளின் வயிற்று பசி தீர்ப்பவள்
ஆடையில் இல்லை ஆபாசம் ஆண் மகனின்
ஆசை பகுதியில் உள்ளது ஆபாசம்
பசித்தால் புலி கூட புல்லை திண்பதில்லை
ஆனால் சில ஆண்புலிகளோ சிறுவயது
சிறுமியை சிதைத்து விடுகின்றன சில நேரக்
காமப்பசிக்காக
சிதைந்து போன சிதைகளும் சிரித்துக்
கொண்டே கேட்டது ஆணிடம் சிதைந்த நானோ
சீர் பெற்று விடுவேன்
சிதைந்த அந்த சிறுமியோ சீர் கெட்டுவிடுவாள்
ஊர் மத்தியில் பேர் கேட்டுவிடுவாள்
தண்ணீரில் குளித்த நான் இப்பொழுது
கண்ணீரில் குளித்துக் கொண்டிருக்கேன்
கெஞ்சிக்கேட்டேன் கேட்கவில்லையா
கத்திக் கேட்டேன் கருணை இல்லையா
அழுது கேட்டேன் அடிமனதில் ஈரம் இல்லையா
நினைத்துப்பார் உன்னைப்
பெற்றெடுத்தவளும் பெண்தான்...

R.Tamilarasan

கைவிரல்களின் ஏக்கம்

அன்று நீ என் கையைப் பிடித்தாய்

உன் கண்கள் என் கண்களைப் பார்த்தன

அந்த நொடியில் நான் பெண்ணாக பிறந்த பலனை

அடைந்தேன்

இன்று மீண்டும் அந்த நொடி வராதா

என்ற ஏக்கத்துடன் என் கைவிரல்கள்

உன் கைவிரல்களை தேடிக் கொண்டிருக்கின்றன.

Thanga Malika P L

தலையளி

உலகறிய அவள் கை பிடித்தேன் திருமணத்தில்

என் உலகம் அவள் என்று உணராமல்,

என் காதல் தோல்வியும் சுகமானதே

என்னை உயிராய் காதலிக்கும் துணைவியால்;

என் ஒருபாதி வாழ்வில் வந்து

என் முழுமீதி வாழ்க்கை ஆனால் அவள்;

அர்த்தம் இல்லா வாழ்க்கைக்கு அர்த்தம் தந்தால்
அவள்;

என் வெற்றியின் படியாய் தோல்வியின் முடிவாய்
வந்தால் அவள்;

ஆயிரம் முறையும் தோற்பேன் வெல்வது அவள்
என்றால்,

அடுத்த நொடியே வெல்வேன் எனக்கான வெற்றி
அவள் என்றால்;

என்னை விட்டு சென்ற காதலியை விட

என்னை என்றும் விட்டு கொடுக்காத துணைவியே

என் தலையளி..!

Mohammed Rizwan

தாயாகிய தாரமே

தாரமே என் தாரமே
என் காலையெல்லாம்,உன் விழியில் தொடங்குமே
என் மாலையெல்லாம், உன் மடியில் அடங்குமே
நெடுநீள் கதைகள் பேசி,பொழுதுகள் நம்மை
கடக்குமே
அப்பொழுது ஆயிரம் அமினயங்கள் நின் முகம்
காட்டுமே
நீ சமைக்கும் சமையலின் ருசி உன் பெயர் சொல்லுமே
அதை எனது நா என்னை சலிக்காமல் ருசிக்க
சொல்லுமே
வாசல் தினமும் உன் அழகிய கோளத்தை தாங்க
காத்துக்கிடக்குமே
அக்கோளம் அழகெனும் சொல்லுக்கு உவமையாகுமே
வஞ்சம் இல்லா உன் நெஞ்சமிடம் என் மனம் ஊடல்
கொள்ளுமே
உன் மயக்கும் மைய்யல் விழிகள் ஊடலை
வெள்ளுமே
கனைகள் ஏதும் இன்றி உன் பேச்சு
என்னை தாக்குமே உன் வதனச்சிற்பபு அப்புன்னை
ஆற்றுமே
இறையை உன் உருவில் என் விழிகள் காணுமே
தாயாகிய தாரமே! உன் மாய மடியில் மடிய
என் உயிர் நித்தம் நித்தம் கேட்குமே

Kaarthikvel V.S

தாயுமானவனே

ஆயிரம் சூரியன் வெளிச்சத்தை அடைக்கலமாய்
கொண்டவனே....
ஆலமர விழுதாக என் ஆழ் இதயத்தில் வேர்
விட்டவனே ...
பாயும் இடம் பலவாறானாலும் சேருமிடம் நதிக்கு
தெரியும்....
தேயும் மதி மீண்டொரு நாள் முழு வானம் வரை கண்
தெரியும்...
நானும் உன் திருமதி தான் என் கடல் நீ தான்,
உன்னைச் சேர்ந்திடும் நதி நான்... காதல் அது நீ
காண்பாய்
உன் தேடல் அதை நான் ரசிப்பேன் ஓர் ஊடல் அது
வந்தாலே
உன் உடைக்குள் நான் புகுவேன் ஏனடி கொல்கிறாய்
என நீ கடிந்தாலும்
நான் உனை இழுக்கிறேன் இதழோடு அணைக்கிறேன்
உன் முணகல்கள் ரசிக்கிறேன் தொடரும் இந்த
அன்பினில்,
நான் தினம் தொலைந்திடுவேனே உந்தன்
அரவணைப்பினில்,
மலரும் இந்த நினைப்பினில் உன் மார் சாய்வேனே
தினமும் என் கனவினில்.

Venkadesh Kumar@Vk

திருமணம்

காற்றின் விளிம்பின் நிழலாய் நீயும்

கடலின் அலையின் நீராய் நானும்

கைக்கோர்த்த பாதைகளின் கணக்கில்

சிறு துளியாய் அன்பின் திரவியம் சேர்த்து

காடுகளின் உயிரியலின் நடுவில்....

இலக்கிக நயங்களை கொண்டு

ஆங்கில வழியின் படி

ஒரு தமிழ் திருமணம்..

NARMADHA A

திருமணத்திற்குப் பிறகு அன்பின் சிறப்பு

திருமணம் என்னும் அன்பான பந்தம்

இறைவனால் அளிக்கப்பட்ட வரப்பிரசாதம்

அன்பு என்னும் வலிமையான ஆயுதம் தான்

வாழ்க்கைக்குப் துணைக்கோள் போல்

வாழ்க்கைக்கு துணை வேண்டும்

அவள்தான் அன்பான வாழ்க்கைத் துணைவி

பெண்மை எனும் பாசத்தால்

அன்பு எனும் பந்தத்தால் இணைவதே

அழகான திருமணபந்தம்

பிறந்ததோ தாய்மடியில் வளர்ந்ததோ தாய் வீட்டில்

வாழ்வதோ கணவன் எனும் இறை கூட்டில்

வளரும் வரை தாய் பாசமும் அவசியம்

வாழும்வரை கணவனின் அரவணைப்பு மிக அவசியம்

தாய் இல்லையேல் சேய் இல்லை

மனைவி இல்லையேல் கணவன்இல்லை

கணவனின் சிறந்ததோர் கவனிப்பும்

மனைவியின் அன்பான அரவணைப்பும்

வாழ்க்கைக்கு வெற்றியை கொடுக்கும் நிச்சயம்

கவிஞர்மகாலட்சுமி.ரா. திருப்பூர்

திருமணத்திற்கு பிறகு காதல்

காதல் செய்ய காத்திருக்கிறேன்!

புரிதல் எனும் பேரில் ஓர் காதல்!

பிரியாமல் வாழ்ந்து காட்டி,

அப்புரிதலை நிரூபிக்கவிருக்கும் காதல்!

காலம் கடந்தாலும் கலையாக் காதல்;

காலமெல்லாம் என்னை காக்கும் காதல்!

எதிர்ப்புகள் இல்லாக் காதல்,

எதிர்பார்த்து கிடைத்த காதல்!

எந்நாளும் உடன்வரும் காதல்

என்னவன் பொழியும் காதல்!

மனதால் இணைந்த காதல்

மணம் செய்த பின் வரும் காதல்!

உண்மைக் காதல் அதை உணர்ந்து,

உற்சாகத்தோடு உள்ளத்தால் பரிமாற

காதல் செய்ய காத்திருக்கிறேன்!

முசந்தியா

நீ-நான்

என் மனதில்

நீ யாரோ!

நான் யாரோ!

உன் மனதில்

நான் யாரோ!

நீ யாரோ!

முகம் தெரிந்தபோதும்

மனம் தெரியவில்லை.

மனம் தெரிந்துவிட்டால்

முகம் தெரியவேண்டிய

அவசியமே இல்லை.

காலம் இருக்கு இன்னும்!

இனிமேல்.

எனக்கு நீ - உனக்கு நான்.

உனக்கு நான்-எனக்கு நீ.

ராட்சசன்@ர.ஹரிஷ்குமார்

நீ இன்றியே தவிக்கிறேன்

காதலில் மலர்ந்த நம் பார்வை,

காகித பாகங்களை எடுத்துச்சென்றது!...

கள்ளம் கபடமில்ல நம் மனங்களில்,

இருவரின் நினைவே நிறைந்திருந்தது!...

கல்லூரி முடிவடைந்த காலங்களிலும்,

நெடுந்தூர அலைபேசி இணைப்பு தொடந்தது!...

முடிவில்லா குறுஞ்செய்தி சண்டை என்றும் -

முற்றுபெறாமல் தொடர்ந்தது!...

ஆண்டு முழுதும் உன் செயலியுடன்,

பயணித்த நான் வாழ்வில் -

இன்று நீ இன்றியே தவிக்கிறேன்!...

தினமும் துயில்வதற்கு முன்,

உன் புகைப்படத்தை கண்டு,

என் விழிகள் நிறைகிறது,

வேறொருவருடன் திருமணம் முடிந்தும்!...

அப்சல் அகமது

மணாளன்

உலகளா பிறந்தவனோ

இல்லை என் உள்ளம் ஆள பிறந்தவனோ

மருத நிலத்தின் மன்னனோ

இல்லை என் மனக்கோட்டையின் கள்ளனோ

வரம் வாங்கி வந்தேனோ

இல்லை உன் அறம் காண வந்தேனோ

உன் துயர் நீக்குமோ என் வழிபாடும்

உன் மனம் அறியுமோ நான் படும் பாடும்

துயில் எழும் பொழுது

உன் விழி காண வேண்டுகிறேன்

துயர் எழும் பொழுது

உன் மடி காண வேண்டுகிறேன்

கவி எழுத காத்துள்ளேன்

இதயம் எனும் தாளில்

என் பெயர் முன் இட்டு

உன் பெயர் பின் வரவே ....

முகம் ஏதும் சுழிக்காமல்

உன் மை உதிரம் தருவாயோ....

சு. பிரகதீஸ்

யாதுமாகிறாய்

அன்னையாக மாறி அன்பை அளித்தாய்

தந்தையாக மாறி தப்பை சுட்டி காட்டி வழிநடத்தினாய்

அண்ணனாக மாறி அரவணைத்தாய்

அக்காவாக மாறி ஆதரவளித்தாய்

தம்பி/ தங்கையாக மாறி குறும்பு செய்ய வைத்தாய்

ஆசானாய் ஆலோசனை வழங்கினாய்

தோழ் கொடுக்கும் தோழனாய் /தோழியாய்

இன்பத்திலும் துன்பத்திலும் துணை நின்றாய்

இவை யாதுமாகி வாழ்க்கைத் துணையாய் வாழ்வின்

இறுதிவரை வந்தாய்

Divya C

யார் இவள்?

இருபதில் வந்திட்ட சொந்தமவள்..

மஞ்சள் தாலியோடு என்

மனதை வாங்கி கொண்டவள்..!

குங்குமத்தோடு என்

குறுந்தாடியை கட்டிவிட்டாளோ..?

காதலறியா இந்த கள்வன் மனமும்..

காரிகையிவள் மீது.. காதல் கொள்ளுகிறதே..!

தேனாய் இவள் இனிக்க..

தேனீயாய் நான் ருசிக்க..

நிலவும் காதல் ஏக்கத்தில்

ஆதவனை அழைத்ததோ..?

அன்பு மழையில் எனை

அனுதினமும் அவள் நனைத்திட..

கள்ளவிழி அழகியிவள்

என் கருவாச்சி காவியமோ..?

எனைத் தேடி வந்த தேவதையோ..?

கனவுகாதலி

வாழ்வாங்கு வாழ்வோம்!

கெஞ்ச கெஞ்ச விடாமல்
கொஞ்சி கொஞ்சி போகும் அவன்
விழிகளின் அசைவில் ஆடிடும்
நடனமாட இவள் அவன் -
ஆண்மையை ஆண்டிடும் தருணமடா!
கிள்ளி எடுத்த எச்சில் சோறு
சொல்லி போகும் மொத்தம் பாரு;
இதழின் முத்தம் இதயம் பருவம்
இணையா நிமிடம் இரவுகள் கருகும்!
கனலாடும் வார்த்தைகள் கூட
கவிதையாகி போகும் இங்கே;
கார்குழல் கோதி பேசும் நொடிகள்
கரையாமல் நீளும் இங்கே!
இணையில்லா வாழ்க்கையில்
இடம் மாறி இணைந்தோம்.
இது போதும் வா -
வாழ்வாங்கு வாழ்வோம்!

என்றும் கவிதைகளின் துணையுடன்,

மோ திவ்யாராஜ்குமார் (கவிதை பிரியை)

வதுகை

உணர்வின் உருவம் கண்டேன்,

உடைந்தும் ஊக்கம் கொண்டேன்

உன்னால் ஊழ்தல் மறந்தேன்,

தீண்டலின் திலகக்கரங்கள்

ஊண்டழல் போக்க,

நிவேதனம் உய்த்தல் கண்டேன்.

என் உயிர் நீ என்றேன்,

என் உயிர் உன்னுள்ளே வளர்த்தாயே!

கருவறைக்குள் தெய்வம் உண்டாம்!

என் தேவி தெய்வத்தின் தாயோ?

என் வாழ்வின் வேள்வித்தீயோ?

நிழல் இல்லாத நிஜம் இருக்க முடியுமா?

நீ இன்றி நான் என்றால்,

உயிர் வாழ முடியுமா?

ஊழ்த்துணையே...

ம. நிதிஷ் ஜோ

வாழ்க்கையின் அர்த்தம் உன்னால் இனி

சூரியனுக்கு முன் உதிக்கும்

அலைபேசியில் உன் அழைப்பு என்னை எழுப்ப,

இனி உன் முகம் பார்த்து

அரவனைப்புடன் தொடங்கும் நாட்கள்.

உன் வீட்டு வாசலில் வண்ணத்துப்பூச்சிகள் வரிசை;

அதன் வண்ணங்களை உன் சேலை நிறங்களில் காண.

உன்னை கடத்தி செல்ல காத்திருக்கும் தேவதைகள்,

அதற்கு முன் உன் கரம் பிடித்து என்னுடன் கூட்டி

வந்தேன்.

கார்மேகம் கலைய விவசாயி கண் கலங்கும்,

உன் மேகதுளி நடுவில் பொட்டு வைத்த கருவிழி

கலங்கினால்

என் வாழ்க்கை நாட்கள் குறையும்.

காட்டுக்குள் கதறும் கட்டெரும்பாய் இருந்த என்னை

உன் புன்னகையால் புதுபித்தாய். புன்னகை பேரிடர் நீ,

என்னுயிரின் உருவக அணி நீ.

உதிக்கும் சூரியனுக்கு ஓய்வு இல்லை,

உன்மேல் வீசும் என் பாச அலைகள் ஓய்வதில்லை

எப்போதும்!!!

Chandru

விழியால் விழுந்தேன்.....

இலக்கணம் இக்கணம்.... சிதைந்து புதைந்து...

உள்ளம் உருகி.. காதல் பெருகி....

மொழி இலந்து அவள் விழி அறிந்து....

தனை மறந்து.... சித்திரம் கண்டு...

திக்கி, ஏக்கம் பெருகி.... கண் சிமிட்டாது....

இவள் இமை அசைவில் கவிதை புனைந்து....

எண்ணங்களாலும் உணர்வுகளாலும்...

உயிரானவளை நினைத்து....

சிலை என வடித்து....உயிரை கொடுத்து....

உன் பெயரை வேதம் என எடுத்து....

தினந்தோரும் துதித்து......

காலம் முழுதும் காத்து கிடந்து....

நீ வாரா நொடியில் மரனத்தை கண்டு வந்து.....

ஒரு நொடியாயினும் உன் மடி சாய்ந்து இறந்து...

புன்னகைத்து... என் வாழ்வை நீத்து....

மண்ணோடு கரைந்து...

உன் பாதம் தாங்கும் சிறு துகளாய் விழுந்து.....

காலந்தோரும் காதலால் சாக ஆசை கொண்டேன்.....

யான் தமிழன் *(Sakthivel)*

வாழ்வின் அர்த்தமே..

என்னவனே என்னை ஆளப் பிறந்தவனே....!!

ஏக்கத்தோடு தேய்ந்தப் பிறை இவளை

பௌர்ணமியாய் மாற்றியவனே...!!

ஊமைசாடை போதுமடா உடன் நானும் கட்டுப்பட..

மூன்று முடிச்சால் முத்தமிழை இயம்பிடு கண்ணா....

கன்னி எந்தன் கனவை நினைவாக்க வந்த நிஜம்

நீயடா...

தீராத காதலைக் கொண்டு ஓயாமல் யுத்தம் செய்ய..

கண்ணோடு கண்ட காட்சிக்கு இன்று நீ சாட்சியடா...!!

இப்பேதைக்கு வேறென்ன வேண்டும்??..

கனவுக் கண்ணனே கணவன்(ஆ)னான்

கணவனே எந்தையுமாகி என்னைக் காக்கலானான்

தோழி...!!!

தூயவள் (பவி)..

வாஞ்சை காதல்

பகலெல்லாம் பாடிக் களைத்த பறவைகள்

முழுமதி தனின் மின்னொளி யில்

பக்கமர்ந்து சிலாகித்திடும் காட்சி தொட்டு

இங்கொன்றும் அங்கொன்றுமாய் இருண்ட வானில்

பனித்துளி யாய் இழையும் நட்சத்திரங்கள்

இறுக்கிய பாறையையும் இளகச் செய்யும்

இதமான காற்று

இவைகளை மட்டுமே ரசித்து கொண்டு

உன் உள்ளங்கை தரும் கதகதப்பில்

உன் மார்பினில் தலை சாய்ந்து

காமத்தை புறந்தள்ளி

காதலுக்கென்றொரு தனி அகராதி

அமைத்திடுவோமடா அன்புக் கண்ணாளானே!

GayathriKannan

62

www.ingramcontent.com/pod-product-compliance
Lightning Source LLC
Chambersburg PA
CBHW060505160726
47992CB00003B/1349